Black Stars

Also in translation by Martha Collins

The Women Carry River Water
by Nguyen Quang Thieu
co-translated with the author

Green Rice
by Lam Thi My Da
co-translated with Thuy Dinh

Black Stars

Poems

Ngo Tu Lap

Translated from the Vietnamese by
Martha Collins and Ngo Tu Lap

milkweed
editions

Published 2013 by Milkweed Editions
The poems selected for this volume are reprinted in Vietnamese by permission of Ngo Tu Lap.
Printed in Canada
Cover design by Charles Rue Woods
Cover photo © by Yves Schiepek
13 14 15 16 17 5 4 3 2 1
First Edition

Milkweed Editions, an independent nonprofit publisher, gratefully acknowledges sustaining support from the Bush Foundation; the Patrick and Aimee Butler Foundation; the Dougherty Family Foundation; the Driscoll Foundation; the Jerome Foundation; the Lindquist & Vennum Foundation; the McKnight Foundation; the voters of Minnesota through a Minnesota State Arts Board Operating Support grant, thanks to a legislative appropriation from the arts and cultural heritage fund, and a grant from the Wells Fargo Foundation Minnesota; the National Endowment for the Arts; the Target Foundation; and other generous contributions from foundations, corporations, and individuals. For a full listing of Milkweed Editions supporters, please visit www.milkweed.org.

Library of Congress Cataloging-in-Publication Data

Lap, Ngo Tu.
  Black stars : poems / Ngo Tu Lap ; translated from the Vietnamese by Martha Collins and Ngo Tu Lap. -- First edition.
       pages cm
  Poems in Vietnamese and English translation.
  "This is a bilingual edition; the poems have not been previously published in Vietnamese."
  ISBN 978-1-57131-459-8 (acid-free paper) -- ISBN 978-1-57131-900-5 (e-book)
  I. Collins, Martha, 1940- translator. II. Lap, Ngo Tu. Poems. Selections. III. Lap, Ngo Tu. Poems. Selections. English. IV. Title.
  PL4378.9.L2865A2 2013
  895.9'2214--dc23
                              2013008193

in memory of our mothers

CONTENTS

Foreword · 3

I

The Universe and I

Thế giới và tôi

II

Night Flight

Chuyến bay đêm

III
Road on the Earth
Con đường trên trần thế

Black Stars

FOREWORD

Ngo Tu Lap (Ngô Tự Lập) was born in Hanoi in 1962, just as the
American military presence was escalating into what we in America
would eventually call the Vietnam War. He spent his childhood
in Vinh Phu, about sixty miles from Hanoi, from which he and his
family were evacuated, like many others.

After the war, he received a navigation degree in the former USSR,
became a Navy captain, graduated from law school, and in 1993
began working as a literary editor. In 1995 he received a fellowship
to study literature in Paris, where he earned his master's degree in
1996; in 2006 he received his PhD in English from Illinois State
University, where he also worked for the Dalkey Archive Press.

It was while he was studying in the United States that I met Lap,
who in the summer of 2004 came to Boston for the annual Joiner
Center Writers' Workshop. A casual consultation about the English
version of a poem he was planning to read one evening began the
collaboration that led to *Black Stars*.

The first poems I encountered—in the first section of this book—
look back at childhood with the kind of emotional complexity that
informs all of Lap's work. While the war isn't a central theme, it's
a haunting presence for the child who "played with a snail / In a
bomb shelter flooded with rain." In tension with the war, yet rooted
in it, is a deep attachment to place. Lap's poems sometimes utilize
traditional imagery that reflects Vietnamese culture and landscape,
but in a style that is quite evocative and sometimes gently surreal.
Metaphor and simile often extend landscape, which sometimes has
a life of its own, as in the poem addressed to the poet's childhood
home, "The Midlands."

While Vietnam is the most deeply felt place, the countries where Lap has lived, studied, and traveled also appear in his work, extending his range and ultimately connecting (as in the first poem in the book) the author with "the universe." The poems also include routes between places: roads, paths, and the sea experienced by the captain serve as links between more abstract concepts, including past and present, village and city, life and death, light and darkness. There are also crossroads and—even in landscape or seascape—doors that may open onto surprising horizons.

Time is almost palpable in these poems, as "Days fall onto the river / Trembling like fragile dragonfly wings," or as the poet sees his years as "thirty-five shapeless, colorless beasts." Memories lurk behind or within images perceived in the present: like Rilke, Lap looks deeply into things until they look back at him. Sometimes, too, he is able to fly up and look down on both space and time, which may, as in the book's first poem, include the future as well as the present and past. While the past often evokes village life, and the present a postmodern urban world, the magic of many of these poems is a dual consciousness that allows the poet to reside in both at once; thus, in the poem called "Darkness," "Darkness spreads / In my urban memories / Like the shadow of village areca trees."

Both darkness, which the poet chooses as his "companion," and the shining light that moments of illumination provide are suggested by the title Lap and I have given to this volume, which in the title poem is a metaphor linking universe and Vietnamese village. While darkness carries the usual weight of sorrow and loss throughout the book, it shines with stars, and also helps the poet transcend the limitations of ordinary consciousness: "In darkness there are no borders."

. . .

The process of translating these poems of course involved a great deal of border crossing. Usually, Lap would create a rough English version of a poem, while I would use my limited Vietnamese and several Vietnamese–English dictionaries to create a word-for-word "trot," at the same time listening to both the order and the rhythm of the Vietnamese words. Informed by this process, I would work with his version until I had a draft that satisfied me, which I would then send to him, usually with questions—and so forth, until we both were happy.

All of the poems are written in free verse, which made the process both simpler and more complex. Lap's line is usually a self-contained unit of syntax, and often of image as well. I have tried to honor the line as a condensed unit of thought as well as rhythm, and at the same time to maintain fluidity between and among the lines, as in the lightly-punctuated original poems.

The three sections of *Black Stars* are selected, respectively, from Lap's second and third books, and a collection of newer poems. They follow not only the chronology of the books, but also the poet as he progresses from being a young man reflecting on his village childhood, to a more mature traveler absorbing and reflecting on contemporary global life, to a seasoned "Man with Big Eyes" who has seen a great deal, and who can help us see, as we travel a "Road on the Earth," a "distant horizon covered with clouds / Where night is a metaphor for sun."

Martha Collins

I

The Universe and I

Thế giới và tôi

THẾ GIỚI VÀ TÔI

Đó là thế giới và tôi
Hai miền hoang tưởng
Có phải sinh năm 1962?

Có thể là quá khứ và tương lai đã hoà trộn vào nhau
Có lẽ tôi thậm chí không phải là hạt bụi
Nhưng đôi lúc tôi tin vào sự dối lừa
Của vết sẹo thời chiến tranh còn lại
Của những đam mê cao thượng hoặc thấp hèn
Và mái tóc đang rụng xuống như cây rừng lở lói

Từng khoảnh khắc đều minh chứng cho cát bụi
Cùng thế giới qua khu rừng ấy
Trong cơn mơ tôi lặng lẽ bay đi

THE UNIVERSE AND I

The universe and I
Two illusory lands—
Were both born in 1962?

Perhaps the past and future have joined together
Perhaps I'm not even a speck of dust
But sometimes I believe the lies
Of a scar left by the war
Of noble or base desires
Of my hair falling like trees in a rotten forest

Every instant brings proof of sand and dust—
In silent dreams, I start to fly
With the universe, through that forest

ĐÀN BÀ NHỮNG NĂM SÁU MƯƠI (I)

Những người đàn bà đầu tiên tôi gặp
Những người khổng lồ da ngăm đen, vú nóng
Mắt mỏi mòn xa như sao buồn

Tôi chơi với con ốc sên trong chiếc hầm chữ
A ngập nước
Còn những người đàn bà lặng lẽ ra đi

Ba mươi năm tôi bỗng lại nhìn thấy họ
Triệu triệu bầu vú bị chặt đứt khỏi thân mình đau đớn
Rơi như những trái dừa xanh xuống đất mềm
Những trái dừa xanh cả dưới mồ vẫn còn căng mẩy

Ba mươi năm, cũng có người trở lại
Chọc lỗ tra ngô trên bãi một mình
Nước mắt rơi trong vắt thuỷ tinh

Người đàn bà đứng nép bên rào
Già nua, khô quất như cây muồng muồng đã chết
Người đàn bà biết điều mà một nửa loài người không biết
Người đàn bà những năm sáu mươi

WOMEN FROM THE 1960s (I)

The first women I ever saw
Were huge and dark, with warm breasts
And tired eyes like sad stars

While I played with a snail
In a bomb shelter flooded with rain
The women disappeared without a sound

Thirty years later I still see them
Millions of breasts cut from suffering bodies
Fallen to earth like young coconuts
Full with milk even in the grave

Thirty years later they still come back
To prepare the alluvial fields for corn
Their tears falling like crystals

A woman crouches behind the fence
Old, dried like a dead acacia
A woman from the 1960s
Who knows things half of us never will know

ĐÀN BÀ NHỮNG NĂM SÁU MƯƠI (II)

Đã lớn dậy trên đồi
Bên những cây cọ non ca hát
Nhưng vết sẹo trên ngực đang lở loét
Và thời gian ngấm vào tim như rượu độc
Mang một trời buồn, mày có khóc không?

Những tổ chim trên cao xơ xác
Lá phi lao chớm rụng rồi

Lòng ta lại nhói đau
Lá phi lao như ngàn chiếc kim
Sao mắt mày vẫn còn trong biếc thế?

Ta đã quên nỗi ngượng ngùng con gái
Đường trung du thơ thẩn tìm về

Ta bế mày trên tay
Thấp thoáng ban mai, phiêu bạt đồi nắng gió
Tuổi hai mươi ta nhớ
Môi mềm trên đầu vú
Tóc mềm trên vành môi

Cây phi lao đã lớn dậy trên đồi
Hãy thả những trái vàng lên thảm cỏ
Ta mỗi chiều về ôm ấp lũ cây non

WOMEN FROM THE 1960s (II)

You grew up on a hill
Among the singing young palm trees
But the wound on your chest is seeping
And time like poison wine soaks into your heart
Do you weep, holding the sorrowful sky?

The birds' nests there are tattered
Sea-pine needles begin to fall

My heart is pierced again
Sea-pine needles, thousands of needles—
Why are your eyes still clear?

I've forgotten my young girl's shyness
As I've wandered back on the *trung du* road

Holding you in my arms
In search of that early morning, the sun and wind
I remember myself at twenty
Your lips touching my breast
My hair touching your lips

The sea pine has grown up on the hill
If you lay its golden fruits on the grass
I'll caress them every evening

TRUNG DU

Ta nằm dài trên lưng người, người nằm dài trong ký ức
Những cơn mưa rào mang đi tuổi thơ
Ta vẫn đợi
Chiều chiều
Bóng mẹ đi qua sườn đồi như một đám mây lớn

Ta nằm dài trên lưng người, lòng nhân từ vĩ đại
Sự nhẫn nại vô tư câm lặng của người khiến lòng ta nhức nhối
Bom đạn đã lặng đi
Dưới thung lũng xa kia nước mắt người lấp lánh
Ta vẫn nghe tiếng rên rỉ của người
Khi những chiếc thó đẫm mồ hôi phập xuống
Khoét rỗng bờ vai để trần
Và máu đỏ tứa ra nóng hổi

Sự nhẫn nại của người khiến lòng ta nhức nhối
Trung du đỏ, trong đêm đen ta thấy
Và ta hiểu thế nào là phản bội

Ta đã tìm người qua ngàn vạn vì sao
Giờ cánh cửa không bao giờ khép nữa

THE MIDLANDS

I lie on your back, you lie in my memory
Rains have carried my childhood away
But I'm still waiting:
Afternoon after afternoon
My mother returns, passing over the hill like a great cloud

I lie on your back, oh vast generosity
Your quiet selfless patience pierces my heart
The sound of bombs is gone now
But down in the valley your tears still glisten
I still hear you moan
When sweaty *thó* blades cut
Into your bare shoulders
And red blood spills out, burning hot

Your quiet selfless patience pierces my heart
Red midlands, I see you in black night
And I understand betrayal

I've been searching for you through countless stars
Now my door will never be closed again

GỌI MÙA

Tháng ngày rơi xuống mặt sông
Run rẩy – những cánh chuồn mỏng mảnh
Trôi đi không cưỡng nổi u sầu

Đêm không cùng, ngọn đèn bé nhỏ
Ta gọi qua vòi vọi thời gian
Tóc em như tuyết rủ trên vai kẻ khác

Đôi chân đã lạ với đất đai
Con mắt mù loà
Lần ngón tay ta bấm tìm hạnh phúc

Trôi đi, trôi đi, ngan ngát
Con đò ngoài kia vẫn thức đợi mùa

CALLING THE SEASON

Days fall onto the river
Trembling like fragile dragonfly wings
Drifting away on a current of deep sorrow

Night is endless, my lamp is tiny
I call out through distant time
When your hair like snow will cover another's shoulders

My feet are estranged from the earth
My eyes cannot see
I count my joys, like beads, between my fingers

Drift away, drift on the fragrant water
That boat is still awake, awaiting the season

VƯỜN ANH ĐÀO

… il est bien court le temps des cerises…
—Jean-Philippe Clément

Sương lạnh mé bên kia đồi
Nhưng khu vườn vẫn thức
Trầm mặc trôi đi giữa vầng hào quang

Tôi hé cửa trong đêm
Bầy chim hét chưa bao giờ hót
Những cái đầu rủ xuống vai ủ dột

Máu đỏ rả rích rơi suốt tháng ròng
Đã bầm đen như những tròng mắt khô
Tan tác vô hồn lối cỏ

Tôi đã gào khản giọng
Và đã chạy miên man trên lá rụng mùa cũ

Mùa hè tới hãy còn xa lắm
Nhưng tôi biết, sau hàng dậu kia
Trong kí ức đã ngả màu xám sẫm
Mẹ đang trải nong quây cót đốt diêm sinh
Khói trắng hoa xoan sân nhà lác đác

Chỉ mẹ biết tôi buồn

CHERRY GARDEN

… il est bien court le temps des cerises …
    —Jean-Philippe Clément

There's frost on the hill
But the garden is still awake
Serenely drifting in radiant mist

In the night I opened my door
The blackbirds did not cry
Their heads hung down on their shoulders

The red blood that fell all month
Has turned black, like lifeless dry eyes
On the grassy path

I have cried myself hoarse
I have run and run through the leaves of that distant time

Summer is still far away
But behind that fence
In a dark gray memory
My mother is still burning sulfur
White *xoan* flowers rise, white smoke

Mother, only you know my sorrow

SỐ PHẬN

Lũ quạ bay nôn nao trời đất
Những mảnh đêm đen cô đơn phiêu bạt
Cũng chẳng cô đơn và phiêu bạt hơn ta

Hãy từ bỏ những bông hoa nhăn nhở vô hồn kia
Hãy từ bỏ kí ức về cái chết
Hãy lắng nghe:
Gió thành kính ngàn năm rừng vắng
Phía bên kia hẳn có một lâu đài

Ta ngửa lòng bàn tay mà đi
Chân thấp chân cao
Bóng nắng nụ cười khi còn khi mất

Phía bên kia hẳn có một lâu đài
Một bãi cỏ xanh, một trời mây trắng
Ta sẽ đến ngủ yên dưới nắng
Mặc thời gian róc rách chảy qua chân

Đường mòn này là số phận ta

DESTINY

The ravens whose flight dizzies earth and sky
Those lonely vagabond fragments of night
Are no more lonely and vagabond than I

Forget the flowers that grimace without soul
Forget the memory of death
Listen to the reverent wind:
On the other side of that ancient forest
There might be a castle

With open hands
I stumble along
Patches of sunlight come and go like smiles

On the other side there might be a castle
An expanse of grass, a sky with white clouds
There I'll sleep calmly under the sun
And let time's murmuring stream pass under my feet

This worn path is my destiny

THUYỀN TRƯỞNG

Chỉ có một con đường, tên là vô tận
Chỉ có một lỗi lầm, tên là quá khứ
Chỉ có một màn đêm, tên là đại dương

Sa mạc câm lặng kia
Đã trôi ngàn năm dưới mặt trời thiêu đốt

Ta đã thấy quanh ta
Mỗi ngọn sóng hé một khe cửa
Những mắt cá nhạt hồng chảy trong mê lộ
Như kí ức chảy trong đêm lặng gió
Như máu tim ta bạc nhược đã lâu rồi

Tiếng gọi thì thầm của vì sao cuối trời
Trong suốt như một dòng nước mắt
Chảy dài trên gò má vô danh
Chiều thứ bảy cuối cùng trên trái đất

Chỉ có một con đường, tên là vô tận
Xin chớ hoài công tìm kiếm con tàu mang theo linh hồn tôi

THE CAPTAIN

There's only one road—it's called Infinity
Only one mistake—it's called The Past
Only one darkness—it's called Ocean

That silent desert
Has drifted for thousands of years under burning sun

I have looked around me—
Each wave opened a crack in the door
The pink eyes of fish flowed through a maze
Like memories on a windless night
Like the blood in my heart, weak for a long time

The whispered call of a star at the edge of the sky
Is transparent as a tear
Flowing down a nameless cheek
On the last Saturday afternoon on earth

There's only one road—it's called Infinity
Don't try to find the ship that carries my soul away

KHÔNG TƯỞNG

Tôi sẽ thấy mình trong một chiếc gương
Thấy tên mình trong một câu thơ tình cờ nhặt được
Và số phận – trong một kẻ chưa hề quen biết

Từng nằm dài sưởi nắng trên bãi biển Caxpi
Lắng nghe bọt bèo ca hát
Kẻ mộng du không hề được mất
Khuông Cơ, chiều nắng tắt dưới chân tôi

Ngước lên mắt mờ bụi đỏ
Thời gian
Hay kỉ niệm núi đồi?

Rồi những ngọn nến vô hình thắp sáng trong đêm
Mỗi khoảnh khắc một niềm hy vọng
Cửa sổ phòng tôi hoá ngã tư đường

THE UTOPIAN

I will find myself in a mirror
My name in a line of poetry
My destiny in a person I've never met

Once I lay in the sun by the Caspian Sea
Listening to songs of seaweed and foam
A sleepwalker with nothing to lose or gain
In that Khuông Cơ land, the sun set under my feet

Now I raise my eyes
Dim with the red dust of time
Or is it the dust of remembered mountains?

Invisible candles shine in the night
There is hope in every moment
In the crossroads of my window

BÓNG TỐI

Bóng tối
Trong kí ức ta, kí ức thị thành
Đang lan dần như bóng cau xóm nhỏ

Dù quạ đen kéo đến, dù lũ trộm rập rình
Những ý đồ nham hiểm đang nhập nhoạng bay
Và côn trùng nỉ non khiến lòng ta ảo não
Ta vẫn chọn mi là bạn đồng hành

Bầy ốc sên của tuổi thơ lũ lượt bò ra
Những cặp mắt lạ quen đều nhắm lại
Bóng tối
Như hơi ấm thoảng mùi mồ hôi
Thầm ngợi ca nụ cười thuỷ chung mệt mỏi

Bóng tối của tôi, bóng tối của anh
Trong bóng tối không còn biên giới nữa
Trong bóng tối ta giật tung cánh cửa
Ta sẽ đi đến tận cùng châu thổ
Tận cùng lặng im, nơi ngự trị nỗi buồn

Thứ châu báu của chung trái đất
Bạn đồng hành,
Ta cùng mi chung nhịp thở đại dương

DARKNESS

Darkness spreads
In my urban memories
Like the shadow of village areca trees

Though ravens flock and thieves prowl
Though wicked intrigues hover above me
Though droning insects sadden my heart
I still choose you, darkness, as my companion

With you, the snails of childhood crawl out again
Eyes, both strange and familiar, close together—
Like heat suffused with the odor of sweat
Darkness quietly honors my faithful smile

Darkness is mine, darkness is everyone's
In darkness there are no borders
In darkness I throw open the door
And head toward the end of the delta
The end of silence, where sorrow reigns

Darkness, treasure
Of all the earth, my companion
With you I reach the breathing sea

ĐƯỜNG MIỀN FLANDRES

Đến từ chân trời và đi về một chân trời khác
Có phải đó là đường miền Flandres?

Không một bóng người
Vắng những cây cọ cụt đầu, những vạt đồi nham nhở khóc
Ở đây tôi đã biết
Máu trinh trắng đàn bà tưới lên cỏ xanh nở ra hoa vàng
Và cát bỏng hút kiệt, vắt kiệt
Tiếng khóc âm thầm khao khát, đêm đen

Không lẽ đó là đường miền Flandres?
Ở đây tôi đã biết
Những con chim đen, những trái bom lắc lư rơi xuống sân trường đất đỏ
Có thể mũ rơm vẫn vàng nguyên đó
Lũ học trò vẫn bay liệng trong không gian

Không lẽ đó là đường miền Flandres?
Tôi chỉ biết, tôi còn có một miền quê khác
Một tuổi thơ khác, những người đàn bà khác

Tôi đã không sao thoát được sự giả dối của ngôn từ
Đường miền Flandres –
Tôi đặt tên cho miền quê, tuổi thơ và những người đàn bà ấy

Vâng, sự giả dối của ngôn từ
Một con đường, một cái tên
Đến từ chân trời, tôi đi về một chân trời khác

THE FLANDERS ROAD

Coming from one horizon, it goes to another:
Is this the Flanders Road?

There's no one around
No palms without fronds, no weeping hills
Here where the virgin blood of women
Watered grass and made yellow flowers bloom
Where burning sand sucked and crushed
Silent cries of thirst, in the black night

Can this be the Flanders Road?
Here where I knew black birds
And swaying bombs that fell on the red school yard
Maybe the straw hats are still yellow
Maybe children still fly through the air

Can this be the Flanders Road?
I know I have another land
Another childhood, other women

I could not escape the deception of words
I named that land, that childhood, those women
The Flanders Road

The deception of words
A road and a name
Coming from one horizon, I go to another

MCMXCVI

Tặng Mauro Usai

Chỉ còn bức tường ở lại
Sau cành hồng của tôi
Với giọt nước mắt như một tượng đài lịch sử
Và lũ kiến đang thành kính gục đầu

1996,
Tôi đã thấy ở Roma
Ba mươi lăm năm đời tôi
Ba mươi lăm con mãnh thú không hình hài, màu sắc
Lần lượt ngã trong tiếng gào tuyệt vọng
Máu chúng hòa với máu César
Ròng ròng chảy trên những bậc Colosseo đổ nát

Tôi không biết mình đã sống chưa
Tôi không biết, hay mình đang sống?
Sáng sáng tôi dậy trước bình minh
Đếm niềm vui như lần tràng hạt

1996,
Tôi không giữ được nữa rồi
Ngày mai tôi trở về nhà
Có thể sẽ tìm lại được cây đàn cũ

MCMXCVI

for Mauro Usai

There's only a wall
Behind this rose branch
And on the branch a single tear
To which ants bow their heads
As if to a monument

1996—
In Rome I've seen
The thirty-five years of my life
As thirty-five shapeless, colorless beasts
Falling one by one, hopelessly roaring
Their blood mingling with Caesar's blood
Streaming down the steps of the ruined Colosseum

I don't know whether I've lived
I don't know whether I'm living
Each morning I wake before dawn
Counting my joys like rosary beads

1996—
I cannot stay
Tomorrow I'm going home
Perhaps I'll find my old guitar

GIẤC MƠ KHÁC

Nụ cười lừa dối mà không hay
Nhưng ta đã đi theo tiếng gọi của lòng kiêu hãnh,
Một ngàn lần nỗi nhục của lũ quạ rục thây bên xác chết
Cũng không sao sánh được
Với một lần cánh đại bàng tơi tả trong phong ba

Không chỉ vì khát mà ta liếm môi
Giấc mơ cũ xa rồi
Trong những giấc mơ khác
Đêm sâu như biển sâu
Những bông hoa lặng thinh không màu
Những con sứa mang mây trắng về miền mây trắng

Ta đi giữa cao nguyên lộng gió
Biển dưới chân mệt mỏi đã ngủ yên
Lòng dửng dưng không hẹn ngày trở lại

Ta đã hiểu được sự khắc khoải
Và
Khi bình minh hồng như môi người
Ta đã hiểu được những ngọn đồi câm lặng

Nhưng liệu con đường có thể tự bay lên?

THE OTHER DREAM

The smile deceived, though I didn't know it
But I have followed the call of pride—
One can't compare the shame of ravens
Swarming a thousand times over a corpse
With the wings of an eagle torn once in a storm

It's not only for thirst I lick my lips
The old dream is far away
In other dreams
Night is deep as the sea
Silent flowers have no color
Medusas return white clouds to the land of white clouds

I walk onto a windy plateau
Beneath my feet the tired sea has slept calmly
My indifferent heart doesn't promise a day of return

I have understood anxiety
And when dawn has glowed like pink lips
I have understood the silent hills

But can that road rise up by itself into air?

II

Night Flight
Chuyến bay đêm

NHỮNG VÌ SAO ĐEN

Tháng ngày qua đẫm mồ hôi
Nhưng người đã trở về
Kiêu hãnh đặt lên bàn
Hai bàn tay – hai vì sao đen năm cánh

Chuyện súng bom, chuyện đắm tàu không hấp dẫn nổi tôi
Tôi nhắm mắt, hai vì sao bay trong đêm tối

Bay lên thấy trời cao biển rộng
Phía làng khuya thao thức canh gà
Sương lấp lánh trong mùi trấu ủ
Mẹ tôi kia
Đất nước tôi kia

Triệu triệu vì sao trên báng súng, tay cày
Bay mải miết, bay trong câm lặng
Những vì sao đen, những vì sao đen

Một đời có thể đã trôi qua
Nhưng người đã trở về
Tôi mở mắt, hai vì sao đậu xuống
Trước mắt tôi,
Đang
Phập phồng
Thở

BLACK STARS

Many months have passed, drenched in sweat
But I have returned
To boldly place on the table
Two hands, two five-pointed stars

Stories of war and shipwreck don't entice me
When I close my eyes, two stars fly into the darkness

To fly is to see how lofty the sky is, how wide the sea
There, in the village, a rooster is crowing
In the scent of burning rice-fields, dew is sparkling
Over there is my mother
There, my country

On guns and plows, millions of diligent stars
Are flying in silence
Black stars, black stars

One life might have drifted away
But one has returned
When I open my eyes, two stars alight
Before me
Pulsing, breathing

DÂY XÍCH VÔ HÌNH

Dây xích vô hình
Như chuỗi ngày vô tận
Lũ chó săn có thể chạy đến chân trời

Dây xích vô hình
Lanh lảnh tiếng thép
Nhưng tôi nghe xa xăm
Tiếng vó ngựa chiều mệt mỏi
Trên hàng phím máy chữ hiện hình nghĩa địa
Những ngón tay bạc nhược trở về

Tiếng thép cứa mãi
Bàn tay sa mạc trắng
Những ngón tay ngân lên bài hát người tử tù

INVISIBLE CHAIN

Invisible chain
A string of endless days
For a pack of hunting dogs running
Toward the horizon

Invisible chain
Clinking steel
But I hear from far away
The hooves of a tired horse
The keyboard becomes a cemetery
My lifeless fingers return

The clinking goes on
My hands are a white desert
My fingers vibrate with the song
Of a man condemned to death

GIẤC NGỦ CỦA SÁCH (I)

Ngủ trên giá đầy bụi
Mơ giấc mơ có những vòng khói
Những bóng ma, muông thú, người tình
Những thế giới biệt lập sẵn sàng xẻ chia
Nhưng không bao giờ chịu hoà nhập
Những âm thanh sẵn sàng vang lên
Nhưng mãi mãi là âm thanh câm lặng
Những linh hồn đã chết lâu rồi
Nhưng sẵn sàng sống lại
Cựa quậy, ca hát, nói cười

Trong đêm dài ẩm mốc mùi gián và lông chuột
Một bài thơ chợt hiện
Và thân thể non tơ đang lớn dần lên của con trai tôi

Giấc ngủ của thời gian, màu trắng, đang từng phút ngả vàng
Mô phỏng sự bất tử
Như tiếng mọt đục vào đêm tối
Những vì sao nhẫn nại sáng phía chân trời

THE SLUMBER OF BOOKS (I)

They sleep on a dusty shelf
Dreaming of circling smoke
Of phantom beasts and lovers
Of isolate worlds about to connect
But never to be in harmony
Of sounds about to echo
But never to be heard
Of souls dead for a long time
But the souls are about to live again
To dance and sing, to talk and laugh

On a long humid night that smells of rat fur and cockroaches
A poem suddenly appears
And, in a young mountain, the body of my growing son

The slumber of white time yellows each minute
An imitation of immortality
Like wormholes eaten into the dark night
Like patient stars brightening on the horizon

GIẤC NGỦ CỦA SÁCH (II)

Sự bất tử của chữ
Có vô nghĩa hơn những cánh bướm kia không?

Tôi trông thấy trên giá sách trước mặt
Những dòng chữ đang ngủ im lìm
Như một lũ mèo trên thành cửa sổ
Lũ mèo của tôi và bạn bè tôi

Sự bất tử của chữ
Có vô nghĩa hơn ngọn lửa kia không?

Ngọn lửa nhỏ bên bờ biển lớn
Ai đã nhóm lên trong gió lạnh chiều đông
Dòng ký ức về những điều ấm áp
Đang bay lên thăm thẳm từng không

THE SLUMBER OF BOOKS (II)

The immortality of words:
More senseless than those butterfly wings?

I see on my shelf
Lines of letters sleeping in silence
Like cats on windowsills
My cats or the cats of friends

The immortality of words:
More senseless than those flames?

Flames from a small fire on the beach
That someone has gathered against the winter wind
And inscribed in remembrance of warmer times
Flames that fly up and fade in the endless blue

TRỜI CAO XANH KIA

Người ném đá vào gáy ta
Chọc gai vào mắt ta
Mũi nhọn tê tái
Xuyên qua thái dương
Len lỏi
Cho đến khi quần lại vì chạm vào thành sọ

Không phải là nỗi đau
Dù sợi nước đá còn lại mãi, cả khi chiếc gai đã nhổ

Dù đôi lúc
Từ chiếc ghi đông cũ kỹ
Ta lao xuống mặt đường lấm bụi –
Không như chiếc tàu bay giấy tuổi thơ
Mà một con chim non xoã cánh

Cuộc sống vẫn còn
Ta tì ngực xuống đất mà thở, mà vẫy
Đất ấm nắng ban chiều
Ta đứng dậy
Và mơ ước bầu trời cao xanh kia

THAT BLUE SKY

You throw a stone at my back
You pierce my eye with a thorn
Your knife
Goes into my temple
Until it bends
At the edge of my skull

There is no pain
Though a thread of ice is left
When the thorn is pulled out
Though now and then I dive
Over my handlebars
And fall on the muddy road
Not like a paper airplane
Like a fledgling with quivering wings

Life goes on
I lay my chest on the earth
I breathe, I wave my hand
The earth is warm in afternoon sun
As I stand up
Craving
That blue sky

TRONG ĐÊM

Những âm thanh của cơn mưa rào năm ngoái
Nóng, lấm bụi, không nguôi được

Bất giác đưa tay vuốt mặt
Tôi nghe thấy, không phải bằng tai
Mà bằng sự trống rỗng đang ngấm vào da thịt
Những âm thanh dai dẳng và không thể nắm bắt
Những bước chân khổng lồ
Chập choạng đi xuống con đường dốc

Những âm thanh của cơn mưa rào năm ngoái
Nóng, lấm bụi, không nguôi được

Một dòng chữ hiện lên, tôi biết mình đang sống
Nhưng chợt se lòng – thế cũng nghĩa là đang chết
Dù cái chết chẳng qua là một giấc mơ
Và mỗi dòng chữ là một giấc mơ khác

Chưa bao giờ tôi quen được với đêm dài
Nhưng đêm nay càng không chịu nổi

Mắt lối chong chong máu đỏ
Tôi bò lên trần nhà
Theo những kẻ khác và dẫn theo kẻ khác
Da bụng chà lên kiếp cát
Tàn nhẫn như những vẩy sừng

Cùng những kẻ khác, tôi nghe
Bằng sự trống rỗng đang ngấm ra từ da thịt
Những âm thanh dai dẳng và không thể nắm bắt
Những bước chân khổng lồ
Chập choạng đi xuống con đường dốc

IN THE NIGHT

The sounds of last year's rainstorms
Are muddy, hot, relentless

My aimless hands stroke my face
I hear, not with my ears
But with an emptiness seeping into my flesh

Endless, evasive sounds
Giant steps
Staggering down the slope

The sounds of last year's rainstorms
Are muddy, hot, relentless

When a line of writing appears I know I'm living
But then my heart shrinks: living means dying
Though death is only a dream
And each line is another dream

Long nights have never been easy
But tonight is too much to bear

With protruding blood-red eyes
I join the climb to the ceiling
Following some, leading others
Belly-skin scraping sand
As ruthlessly as scales

Above now, among the others, I hear
With the emptiness seeping out of my flesh
Endless, evasive sounds
Giant steps
Staggering down the slope

Ngoài kia, gió về khuya đã nổi
Những âm thanh của cơn mưa rào năm ngoái
Vẫn nóng
Vẫn lấm bụi

Cuộc đời tôi
Máu đỏ của tôi
Chập choạng đi xuống con đường dốc

Không nguôi được

Outside, late-night winds have risen
The sounds of last year's rainstorms
Are still muddy
And hot

My life
My red blood
Staggers relentlessly

Down the slope

MÁU VIỆT

Tặng anh Đạo

Có những lúc rạo rực lên môi
Đỏ thắm như mặt trời nước Việt
Có những lúc âm thầm
Chảy như bùn, bầm đen huyết quản
Chân người đi, đất rộng sông dài

Mây dăng sương trắng trời biên ải
Mồ hôi ta tuôn chảy xuống vực sâu
Nước leo lẻo nhìn không thấy mặt
Chốn ta qua kinh thành đổ nát
Cát bụi cồn hoang bóng Côn Sơn

Chẳng chọn ta, ta cũng không hề lựa chọn
Máu Việt chảy
Mang mùi lúa, phân chim và mắm cá
Màu da này trong nắng gió này
Mẹ ru ta tháng sáu quang mây
Tiếng Việt nghèo nhưng đẹp như một dòng suối nhỏ

Chẳng chọn ta, ta cũng không hề lựa chọn
Máu Việt
Như sự sống, tình yêu, cái chết
Có những ngày đông cứng nhựa cây

Lá xanh sẽ chảy mãi xuống đồi
Nơi bạn ta ngã xuống

VIET BLOOD

for Đạo

Sometimes it rises excited on lips
As red as the sun of Vietnam
Sometimes it flows silently
Like mud, dark in veins
While I travel this vast land, these long rivers

Clouds spread white mist through the border sky
My sweat flows into deep chasms
Water is clear, my face invisible
I pass the ruins of citadels
An image of Côn Sơn in the dust of deserted dunes

It didn't choose me, I didn't choose it
Viet blood flows
With the scent of rice, bird droppings, fish sauce
This color of skin, in this wind and sun—
My mother rocked me in cloudless June
The Viet language is poor, but beautiful as a small stream

It didn't choose me, I didn't choose it
Viet blood
Is like life, love, death
Sometimes hardening into resin

Green leaves keep flowing down the hill
Where my friend has fallen

VIÊN ĐẠN BẮN VÀO ĐÊM ĐEN

Như chiếc lá rơi trong cơn mơ
Hoặc như một cánh tay trong mơ thòng xuống
Chuyến bay đêm với cặp mắt tròn

Đêm tháng sáu cái nhìn ngạc nhiên
Không ai biết nụ cười vụt tắt
Khuôn mặt lính đen trên nòng súng đen
Nòng súng đen không ai sợ nữa
Một con lươn chưa hết mùi bùn

Trong vườn những tàu chuối đang nhẫn nại hứng sương
Ngọn tre cao lũ cò ngon giấc
Chỉ có con dơi già thảng thốt giật mình

Nhà đóng kín, mẹ khêu ngọn đèn
Chưa biết mình sẽ đơn côi hơn
Người bạn gái – một nỗi buồn giấu kín

Không ai biết anh từng là một con người –
Lũ quạ sẽ tưng bừng mở hội
Trên rặng cây xanh ngắt suốt mùa hè

A BULLET FIRED INTO THE NIGHT

Like a falling leaf in a dream
Or an arm in a dream, dangling
A night flight, with eyes wide open

A June night, an astonished look
No one sees the vanished smile
The soldier's dark face above the barrel
No one fears the barrel now—
An eel sniffing the mud

In a garden, banana leaves still catch dew
A nest of storks sleeps soundly on tall bamboo
Only an ancient bat startles

In a closed house, a mother turns up her lamp
Not knowing she will be lonelier now
And a girl will sorrow in secret

No one knows: the soldier was once a man
All summer long, crows will convene
In a row of bright green trees

CHIẾC DÉP RƠI XUỐNG ĐẦM LẦY

Để lại ánh sao chổi thảng thốt
Như nụ cười chợt tắt trên đôi môi kinh ngạc

Len lỏi chìm xuống
Qua bóng đêm dày đặc
Giữa đám bọt nước đang ùa lên như đủ mọi mưu mô

Lẫn với lá mục có cả lá tươi
Một con lươn hoảng hốt

Trườn qua bộ quần áo lính
Vắt trên chiếc ghế gãy chân
Bên cạnh những chén bát vỡ

Đâu là dấu tích lần hạnh phúc bất ngờ
Đâu là dấu tích một lần cãi cọ?

Những lá thư đã mủn nát vì đợi chờ
Vẫn đợi chờ bên quả bom nổ chậm

Có một chiếc nhẫn trên ngón tay người đàn bà chết trẻ
Vẫn còn lấp lánh sáng
Trong lòng đất tối đen

A SANDAL DROPPED IN A SWAMP

It leaves a streak, a comet tensed
Like a smile stopped abruptly on stunned lips

It sinks, making its way
Through thick darkness
Through bubbles rushing up like complex plots

Among the rotten leaves are green leaves
And a panicked eel

The sandal crawls over a soldier's uniform
Around a chair with broken legs
Beside shattered cups and bowls

Which of these bears the trace
Of sudden joy, the trace of a quarrel?

Waiting, the letters yellowed and crumbled
They still wait beside a delayed-fuse bomb

On the finger of a woman who died young
A ring still sparkles
In the depths of the black earth

HÀ NỘI

Những ô cửa không quen đầy ắp tiếng cười
Những vườn sỏi tôi lỡ quên đi
Nơi sắc màu đã thành xác ướp
Hà Nội của tôi
Thật nhiều lá
Thật nhiều phố
Thật nhiều những chiều buồn

Đầu ô sáng nay hửng nắng.
Tôi đi, ngực phong phanh
Tay đút túi quần, chẳng cần cố nhập cuộc
Thích thú ăn một que kem toàn nước đá
Qua chợ Bưởi, mua bó dọc mùng chẳng biết để làm gì

Xám nâu trong mưa
Con đường không định trước
Vẫy gọi đôi chân về phía ngoại thành

Đèn đỏ ngã tư, mắt đàn ông mệt mỏi
Những gót chân bí ẩn đi về
Hà Nội của tôi
Dãy bàng trơ trọi
Có thể chúng đã từng trẻ, từng vui
Nơi thánh địa của những ngày lửa đạn?

Con đường vẫy gọi tôi về phía ngoại thành

Đào Nhật Tân mùi hương khác rồi
Vẻ đẹp đàn bà đã tàn tạ đi
Đến cả mưa xuân cũng khác
Thật kinh tởm những xác chuột vứt ra đường

HANOI

The unfamiliar windows are full of laughter
The colors of the pebble gardens
Are dried corpses now
So many leaves
So many streets
So many sad evenings

This morning at the city gate
The sun shone for a brief moment—
Distracted, wearing a light shirt
I ate some cheap ice cream
And walked on, my hands in my pockets
At the Bưởi market, I absently bought some taro leaves

Gray in the rain
An unintended road
Called me out of the city

Red lights at the crossroads, men's tired eyes
Mysterious feet coming and going—
And that row of leafless almond trees:
Were they young and happy once
When fire and bullets filled this sacred land?

The road called me out of the city

The scent of Nhật Tân peach blossoms has changed
The beauty of the women has faded
Even the spring rains are different
Dead rats lie on the road

Hà Nội ơi
Vì sự hèn hạ của chính mình mà tôi khóc

Nhưng đêm đã về, đêm đã về
Dịu dàng như sự bất tử
Trong gió sông Hồng trên triền đê cao

Oh Hanoi
I cry because of my own shame

But night is coming, night is coming
As gently as eternity
In the Red River wind blowing over the tall dike

BONN

Tặng Lê Trọng Phương

Bonn dịu dàng của chàng nghệ sĩ tóc rối
Đêm qua mưa có còn rơi
Tiếng lạ lùng mang theo bóng tối?

Bonn dịu dàng trên ngón tay mòn
Gõ từng dòng mù xa uể oải
Bờ sông Rhein chập chờn chân lính gái

Ta đến đây từ thửa những giao hòa
Ta đến từ những bến tàu xa lạ
Thêm một kẻ vô danh dừng lại trước thềm

Thị trấn nhỏ nỗi buồn không nhỏ
Nhà cũ
Mặt trời cũ
Người đàn xa thế kỷ

Ngồi ảo não một mình không giấu được
Bonn dịu dàng

Trong góc vườn mưa ta gặp lại nỗi buồn kẻ khác

BONN

for Lê Trọng Phương

Dear Bonn, town of my tangle-haired artist:
Did rain keep falling last night
Its strange sound filled with darkness?

Dear Bonn, in the worn fingers
Typing these lines one by one
The steps of women soldiers
Flicker along the Rhine

Time past gathered in harmony
And brought me through foreign harbors
Another nameless person
Stopping in front of the house

The town is small, its sorrow great
The house is old
The sun is old
The musician is centuries away

Sitting here alone
I cannot hide, Dear Bonn

In this garden corner wet with rain
I meet, once again, the sorrow of others

PHÒNG ÁP MÁI

for David and Liam Wilson

Tôi không trông thấy nhưng nghe rừng thở
Phập phồng, nhè nhẹ, sau những mái nhà kia

Một người cha mệt mỏi trở về
Nơi chú đại bàng con vừa thức dậy
Bước chân đầu tiên vang như tiếng chuông đồng

Tôi không trông thấy nhưng nghe sông thở
Khi bình minh chói lòa trên những bức tường
Yên bình từ đôi môi chảy xuống
Mềm mại
Trong thảng thốt như mật

Cỏ vườn thơm cả lúc vắng người
Mấy quả anh đào sót trong gió ấm

Bờ sông Loing
Em đã nói gì đêm khuya lạnh ấy?
Ai sẽ đến sau mùa hạ này?

THE GARRET

for David and Liam Wilson

I hear but don't see the forest breathe
Pulsing gently beyond those roofs

A tired father, I come in
To where our young eagle has just awakened
His first steps resound like a tolling bronze bell

I hear but don't see the river breathe
When dawn's light dazzles those walls
And flows down from lips
Calmly, smoothly
Clear as honey

In the abandoned garden, grass is still fragrant
The last cherries linger in warm air

What did you say that night
On the bank of the Loire River?
Who will be coming home again this summer?

HẢI PHÒNG

Đèn vàng, mắt gái điếm
Những câu thơ tình lẻ buồn

Chiều đưa tiễn lá vàng rơi mải miết
Gió đại dương không bến không bờ
Mây đại dương ngang dọc

Bến bãi không tên như ngày tháng
Sông Lấp triều lên
Thuyền lưới đi về
Ai đó đợi ai phà Bính
Nụ cười hoen mắt khói xi măng

Người Hải Phòng như nắng trời gió biển
Ra đi cùng ánh bình minh
Những dấu chân in đầy mặt đất

Phố cát dài sóng biển mặn
Đêm suông tôi nhìn ra phía Hải Phòng

HAI PHONG

Yellow lamps, prostitutes' eyes
Lines of sad provincial poems

On a farewell afternoon, yellow leaves are falling
Ocean winds have no ports or borders
Ocean clouds go their way

Like dates, the harbors have no names
In the Lap River the tide rises
Fishing boats come and go
Someone waits at the Binh ferry for someone
A smile is blurred by cement-plant smoke

The people of Hai Phong are like sea-wind and sun
Off they go, with the dawn
Their footprints cover the earth

Long streets and salty waves—
On lonely nights I look toward Hai Phong

CÂY LAPÔK

Tay mềm trắng dõi lồng lộng
Mùa thu rơi trái thu vàng
Gió lạ thổi về khu vườn cũ

Theo gió tôi bay ra khỏi rừng
Xa bàn tay bình minh ấm áp
Khát khao vỗ cánh lưng trời
Thảo nguyên hồn đầy sương khói

Tôi mọc lên trên những rìa làng
Đống rơm khô râm ran tiếng sẻ
Mùa đến mùa đi trên ruộng bậc thang
Vai áo bạc kiếp người chất phác

Cây Lapôk
Mắt trong chiều tê tái
Xứ xở của người có phải trời cao?

LITTLE LAP-TREE

Soft arms have whitened the great hill
Autumn has dropped its golden fruits
Strange winds are blowing into the old garden

As the warm hands of dawn approach
I fly with winds from the forest
Longing to clap my wings in the sky
Over the plain, its soul filled with fog

I grew up at the edge of the village
Where haystacks echo songs of sparrows
Where seasons come and go on terraced rice-fields
On faded shoulders, on simple human life

Little Lap-tree
Your eyes sharp with pain in late afternoon
Is that your country up there, high in the sky?

MAI NÀY

Trăng vẫn sáng
Trung du tháng mười hoa sở trắng
Nụ cười đàn bà xanh xao

Rất nhiều khuôn mặt mà tôi chưa quen
Rất nhiều căn nhà tôi sẽ không bao giờ đến
Những đêm cây đàn nức nở
Em sẽ lại dịu dàng hát
Trong vòng tay nào ánh mắt nào?

Thật buồn, mây trắng vẫn bay đầy trời
Thật buồn, có những mùa xuân lại đến

Hàng dậu nhỏ hoa vàng lốm đốm
Cặp mắt đen ẩn hiện trong sương mù

SOMEDAY

The moon will still shine
The October midlands fill with white *sở* flowers
And women's pale smiles

There will be faces I don't know
And homes I won't visit—
In whose arms, in whose eyes
Will you be singing softly
While the guitar sobs at night?

Sad, that clouds will still drift through the sky
Sad, that spring will still come

On my small fence with yellow flowers
Two black eyes will still gleam through the mist

SAU Ô CỬA ĐÓNG

Liệu ngoài kia có một bầu trời
Dù nắng gió hay mùa thu ẩm ướt
Dù mới bình minh hay đã chiều tà?

Liệu ngoài kia còn có những mặt người
Dù lạ hay quen
Hạnh phúc hay đau khổ
Dù thân thiện hay đã thành dã thú?

Liệu ngoài kia có phải là hư vô
Chẳng tương lai cũng không còn quá khứ
Liệu có phải tôi đã che rèm lên cửa sổ?

Liệu ngoài kia có phải là đất đen
Chôn cất mọi thịt da từng là cái đẹp
Chôn cất mọi cái nhìn, mọi đôi môi đã khép?

Liệu chỉ có một chốn này
Liệu chỉ có một buổi chiều
Liệu chỉ có một mình tôi?

FROM BEHIND A COVERED WINDOW

Is there, out there, a sky
Sunny or windy or humid with autumn
A sky at dawn, or a sunset sky?

Are there, out there, human faces
Strange or familiar
Happy or hurting
Friendly faces, or faces like beasts'?

Is there, out there, a nothingness
With no future, and no past?
Was it I who lowered the blind over the window?

Is there, out there, dark earth
That buries all flesh that once was beauty
That buries all glances, all shut lips?

Is there only this place?
Is there only this late afternoon?
Is there only myself?

LÒNG GIẾNG CẠN

Như đôi mắt trong hộp sọ đang mủn nát
Những lòng giếng đen ngòm
Nhìn sâu vào lòng đất
Những lòng giếng đong đầy câm lặng

Dưới gốc cây muỗng muỗng
Hoa cải đã rụng hết từ lâu
Những khóm hành đã vàng
Bụi dong giếng cũng đã thành dong giếng dại

Mưa đang rả rích ngấm xuống
Chảy vào lòng giếng rỗng không

Những lòng giếng đong đầy câm lặng
Biết nơi nào
Biết nơi nào chôn cất những gương mặt cũ?

EMPTY WELL

Like eyes in a decomposing skull
Black wells
Look into the earth
Black wells filled with silence

Beneath the acacia tree
Cải flowers withered long ago
Onion stalks have yellowed
Cannas have gone wild

Rainwater keeps falling
Into the empty well

Black wells filled with silence—
Who knows where
The old faces are buried?

6 TỶ – 1 = 6 TỶ

Có thể một ngôi sao vừa tắt mà tôi không biết
Có thể ánh sáng trong vắt của trăng rằm vừa xao động
Mà tôi không biết
Tôi cũng không biết có ai đó
Ngoài người đàn bà và mấy đứa trẻ
Cùng tôi biết
Có một người vừa ra đi trong đêm

Tôi chưa từng gặp anh, thật đáng tiếc nhưng chẳng nên buồn
Cái tên không quan trọng giờ càng thêm vô nghĩa
Có thể anh cũng giống tôi
Sống trong một căn hộ có ban công trên tầng nào đó
Tòa nhà quét vôi xanh nay đã ố vàng,
Trong một thành phố bên hồ
Hay một dòng sông nước đỏ
Nơi lũ trẻ xanh gầy mắt như một đàn đom đóm
Bay rộn ràng về phía rặng tre xa

Có thể ngoài ban công anh cũng trồng một chậu hoa
Giống như tôi có một chậu hoa sao đất
Anh tưới hoa bằng chiếc ca tôn rỉ
Đón những niềm vui nho nhỏ đâm chồi
Mùi hoa dịu dàng từng làm anh lặng lẽ mỉm cười
Và hát –
Những bài hát anh đã đem theo –
Giờ đang vuốt ve đôi chân anh đã lạnh
Ướt như chan nước mắt vợ hiền

Trên giá sách của anh tôi tìm thấy những quyển sách của mình:
Toàn tập Platon photocopy đóng bằng ghim Trung Quốc
Truyện Kiều in năm 1962
Bộ *Kinh Thánh* mua trong hiệu sách cũ
Bên cạnh quyển sách của chính anh in giấy xấu đã long bìa

SIX BILLION MINUS ONE EQUALS SIX BILLION

Perhaps a star just died, and I didn't know
Perhaps the moonlight stirred, and I didn't know
And I don't know if there's anyone
Except for a woman, some children
Who knows as I know
That a man just passed away, during the night

It's a pity we never met, but we can't be sad
The name, never important, is meaningless now
Maybe you lived as I do
In an apartment with a balcony
In a certain blue building with yellow stains
In a city beside a lake or a red river
Where the children are thin and pale
Their eyes like fireflies whirring toward distant bamboo

Perhaps you had a flowerpot on your balcony
As I do, with earth-star flowers
Perhaps you watered your plant with a rusted tin cup
Waiting for its buds of joy to open
The flower fragrance that made you secretly smile
And sing the songs you've taken with you
Is now caressing your feet, which have grown cold
And wet with the flowing tears of your good wife

On your shelf I find my own books
The Complete Works of Plato, xeroxed and bound with Chinese staples
The Tale of Kiều, printed in 1962
The Holy Bible, bought in a second-hand bookshop
And your own works, printed on cheap paper, with loose covers

Tôi chưa từng gặp anh, thật đáng tiếc nhưng chẳng nên buồn
Platon đã chết
Jésus và Nguyễn Du đã chết
Bây giờ đến lượt anh
Ai đó nói trước cái chết mọi người đều bình đẳng
Tôi muốn thêm: cái chết biến ta thành những kẻ cùng thời
Liệu còn lời chúc nào đẹp hơn thế nữa?

It's a pity we never met, but we can't be sad
Plato died
Jesus and Nguyễn Du died
Now it's your turn
Someone said that death makes us all equal
I'd like to add: death makes us all contemporaries
Can anyone offer a better farewell than that?

III

Road on the Earth
Con đường trên trần thế

ÁC MỘNG

Anh thức dậy trong ngôi nhà mái xám
Hàng hiên treo chiếc mũ đỏ trẻ con
Chậu hoa sao đất,
Giống hệt chậu hoa sao đất của em
Cũng đã nở
Hương dịu dàng mà anh không biết

Anh ngồi xuống bên chiếc bàn mây
Người đàn bà đặt sẵn cốc cà phê pha vội
Anh thích cà phê phin, nhưng không phải người kỹ tính
Lơ đãng uống từng giọt lấp lánh đen trong gió
Anh không biết rằng thối từ bãi sông Hồng
Sáng thứ bảy, hôm nay là thứ bảy

Chiếc bàn viết giấy tờ bừa bộn
Như đời anh không rõ tháng ngày
Đêm qua đi để lại lớp bụi mờ
Trên dòng chữ sắp hàng như người lính
Như chính anh không thôi là người lính
Không thôi sắp hàng đợi những chuyến đi xa

Anh viết gì trên những trang giấy trắng?
Anh có niềm vui của kẻ cô đơn
Khi len lỏi giữa dòng người trên phố
Tháng năm bắt đầu đè nặng đôi vai
Năm tháng vô hình vô tình
Năm tháng khiến người ta ngạt thở

Liệu anh có còn đủ sức cho những chuyến đi xa
Những chuyến đi xa từ ngôi nhà mái xám?

NIGHTMARE

He wakes in a gray-roofed house
Children's red hats are hanging on the veranda
Earth-star flowers
Just like her earth-star flowers
Are blooming in a pot
With a soothing fragrance he doesn't know

He sits at a rattan table
A woman sets down a cup of instant coffee
He likes filtered coffee, but isn't demanding
Absent-minded, he drinks, black drops shining in the wind
He doesn't know that the wind blows from the Red River—
Saturday morning: today is Saturday

On the writing table papers lie disordered
Like the blurred years of his life
Nights gone by have left layers of dust
On words that line up like soldiers
Like him, who never stops being a soldier
Who never stops lining up for long journeys

What did he write on the white papers?
He feels the joy of a lonely person
Wending his way through a crowd on the street
The years begin to press down on his shoulders
Invisible years
Years that constrict breath

Does he have enough strength for long journeys
Away from his gray-roofed house?

Anh thức dậy mỗi ngày
Không bao giờ có thể ngờ
Không bao giờ có thể biết
Không bao giờ có thể hiểu
Mình là một cơn ác mộng

Every day he wakes up
Never suspecting
Never knowing
Or understanding
That he is a nightmare

NGỢI CA XÁC CHẾT

Chúng táp xuống
Từ đủ mọi phương trời
Đủ mọi sắc màu
Cắn xé nhau táp xuống

Bóng chúng nhuộm đen cánh rừng
Một biển lưng béo tròn
Những cái đầu lút sâu vào máu mủ
Những tiếng nấc nghẹn
Rần rật từng hồi
Những tiếng rên ư ử vì khoái cảm

Những cái lưỡi thèm thuồng bóng mỡ
Như những chiếc cần gạt nước xe Land Cruiser nghĩa địa
Quét hối hả hai mép thịt đỏ lòm
Máu mủ ròng ròng
Rớt xuống lồng ngực lở loét
Những mẩu da rách nát
Những miếng phổi mang màu hoàng hôn

Chúng cắn xé nhau táp xuống
Xác thối
Xác thối của cay đắng và vinh quang
Mang quá khứ như mang bình minh thứ nhất
Như tình yêu thứ nhất
Ước mơ, khát vọng không thành

Chúng biến ngày thành đêm
Xác thối người khổng lồ
Lồng ngực vĩ đại từng hiên ngang bay trong gió bão
Mênh mông như rừng
Vung vãi những vết thương dài trên tuyết

PRAISE FOR THE DEAD

They flew down
From every corner of the sky
In every color
They flew down, biting at each other

Their shadows blackened the whole forest
A sea of fat backs
Their heads sunk deep in blood
Their repeated gasps
Their caught breath
Their moans of pleasure

Their hungry tongues glistened with fat
They licked the corners of their mouths
Like the windshield wipers of used Land Cruisers
Blood dripped down
On a huge lesioned chest
Torn pieces of skin
Bits of sunset-colored lung

Biting each other, they flew down
To that stinking corpse
The corpse of bitterness and glory
Carrying the past like the first sunrise
Like first love
Unfinished dreams and longing

They turned day into night
While the stinking corpse of the giant
The great chest that once flew proudly into the storm
Stretched out like a winter forest
With wounds all over the snow

Chúng biến ngày thành đêm
Vì chỉ ban đêm chúng mới bắt đầu cuộc sống

Ta đã buồn bao nhiêu
Đó là chưa kể đã từng sợ hãi
Những hàm răng trắng nhọn
Những đôi mắt trong cơn say lóng lánh thủy ngân
Những cái hôn buốt lạnh như vết cắt bằng cật nứa

Ta đã buồn bao nhiêu
Nhưng biết đâu, đó lại là điều may mắn?

Xin cám ơn Người, Xác Thối,
Bởi nhờ lòng cao thượng của Người
Ta đã bớt đi vài đứa bạn

They turned day into night
Because only night gives them life

I used to be very sad
And afraid
Of their sharp white teeth
Their drunken eyes gleaming like mercury
Their frozen kisses sharp as bamboo knives

I used to be very sad
But who knows, maybe I'm lucky

Thank you, stinking corpse:
Because of your nobility
I now have fewer friends

CHIỀU ĐANG TỚI

I

Ta đã nguyền rủa người, sáng nay, Hà Nội
Những vết sẹo mặt người
Những mảnh thuỷ tinh mắt nhìn thù hận

Ta đã nguyền rủa người, Hà Nội
Lời độc địa tuôn như sương mù
Và chỉ có nỗi đau mới làm ta chợt hiểu
Chính vết sẹo trên thân thể Người đang nhức nhối trong ta
Những vết sẹo cả đêm đen cũng không giấu nổi

II

Những cống rãnh bốc mùi xú uế
Nhưng tôi biết
Trong ngõ nhỏ tối tăm kia
Mắt trẻ thơ gọi vì sao lấp lánh

Nơi nào đó cuối trời
Những giấc mộng vàng tan thành mây khói
Trong ánh ngày tối tăm mặt mũi
Người đàn ông vẫn nhớ
Cặp vú đàn bà ấp ủ bếp than hồng

EVENING

I

I cursed you this morning, Hanoi
Your scars: human faces
Your fragments of glass: hostile eyes

I cursed you, Hanoi
The poisonous words sprayed like mist
And the pain made me understand
It's your scars that ache inside me
Scars not even the dark night can hide

II

The gutters stink
But I know
In that dark alley
The eyes of children are calling to shining stars

And somewhere on the horizon
When dreams of gold
Dissolve into smoke in the dim light of day
A man still remembers a woman's breasts
That kept the cooking fire warm

BÊN BỜ SÔNG LOIRET

Tặng anh Đặng Tiến

Bóng anh đổ dài trên bờ sông Loiret
Chỗ khúc ngoặt Xuân Diệu từng trông thấy
Bãi lầy khủng khiếp
Sẵn sàng nuốt chửng
Những mặt những thân người

Ngôi nhà của anh
Đẹp không cần một đặc điểm gì
Mà có thể anh cũng chưa bao giờ
Nghĩ về vẻ đẹp của nó

Lơ đãng
Anh mở cánh cửa gỗ
Như những người già
Quá nhiều quá khứ

Dòng sông sau lưng đang sẫm dần
Tiếng rì rào của rặng liễu đang nhỏ đi
Cho đến khi
Dòng Loiret
Chẳng còn khác những dòng sông khác

Ngôi nhà của anh
Đẹp không cần một đặc điểm gì
Anh cũng chưa bao giờ
Nghĩ về vẻ đẹp của nó

Đôi khi
Anh đi lên cầu thang
Không bật đèn

BY THE LOIRET RIVER

for Đặng Tiến

Your shadow falls on the bank of the Loiret River
At the bend where Xuân Diệu once saw
The terrible quicksand
Ready to swallow
Living faces and bodies

Your beautiful house
Needs nothing else
You have probably never thought
About its beauty

Distracted
You open the wooden door
Like an old person
With too much past

The river behind you slowly darkens
The rustle of the willows recedes
Until the Loiret
Is no different from other rivers

Your beautiful house
Needs nothing else
You have probably never thought
About its beauty

Sometimes
You climb the stairs
Without turning on the light

Như những lúc
Ta nhắm mắt nghe khúc nhạc quen,
Đọc bài thơ cũ
Hoặc lần mò chạm vào tấm thân quen thuộc

Như kỷ niệm lung linh trong sự lãng quên
Chiếc cầu thang đẹp hơn
Trong bóng tối

Những con đường
Những giấc mơ
Những chuyến du hành giả tưởng
Tất cả đã xa vời

Anh viết để nhớ
Nhưng đôi khi viết còn để quên đi

Và
Đôi khi
Bên bãi lầy
Sẵn sàng nuốt chửng
Những mặt những thân người
Anh viết
Không cần đến bút

As in moments when we listen
With closed eyes to familiar music
Or read an old poem
Or find a familiar body in the dark

Like a memory that shines through what is forgotten
The stairway becomes more beautiful
In the dark

Roads
Dreams
Imagined journeys
Are all very distant now

You write to remember
But sometimes you write to forget

And sometimes
Beside the terrible quicksand
Ready to swallow
Living faces and bodies
You write
Without a pen

NHỮNG TRUYỆN NGẮN CỦA TÔI

Những truyện ngắn của tôi
Có thể làm bạn kinh ngạc
Nhưng ngạc nhiên
Không phải là mục đích của tôi

Hãy hỏi lũ trai làng
Và nhận lấy chiếc liềm
Đã lâu tôi không dùng đến nữa
Cánh đồng đang đợi những bàn tay

Hãy hỏi những pho tượng
Đó là vẻ đẹp của một người đàn bà
Đã ra đi
Để lại căn phòng trống, lạnh lẽo
Bầu lặng im trong như pha lê

Những truyện ngắn của tôi
Chẳng làm bạn ăn ngon miệng hơn
Chúng thậm chí còn làm bạn mất ngủ
Vậy thì hãy thức cùng tôi

Sinh ra trên địa cầu
Bốn mươi ba năm chưa hề ra khỏi đó
Đêm thăm thẳm nhìn những vì tinh tú
Buồn dâng lên như nước thuỷ triều

Không lớn nhưng cũng đủ
Bốn phương trời
Đủ gió mưa và tháng năm nghiệt ngã
Ngàn năm in cát bụi mong chờ

Bốn mươi ba năm tôi chưa hề ra khỏi đó
Nên ngạc nhiên
Không phải là mục đích của tôi

MY STORIES

My stories
Might surprise you
But surprise
Is not my purpose

Ask the men in the village
And take up the scythe
I haven't used for a long time—
The rice-field awaits your hands

Ask the statues:
It's the beauty of a woman
Who's gone away
And left a room empty and cold
It's a silence as clear as glass

My stories
Won't make your food more delicious
They might even make you sleepless
If they do, please stay awake with me

I was born on this earth
And haven't left it for forty-three years
In the deep night when I watch the stars
My sorrows rise, like the tides

My earth is just big enough
To have four directions
With just enough wind, rain, and trouble to last
For thousands of years of waiting in the dust

I haven't left this earth for forty-three years—
That is why surprise
Is not my purpose

KHÔNG NÓI

Trong bức tường bê tông này
Là bóng dáng Trường Sơn
Trước ngày qua lò lửa
Với bóng cây ngâm mình triệu năm đáy suối
Với con rô đá già nua nằm đợi lãng quên

Trong bông hồng cằn cỗi này
Là một con bò mộng
Chạy mênh mang trong nắng tháng năm
Mắt mở to đại dương nổi sóng
Trước khi bị bắn gục trên đồi

Tôi trầm ngâm hàng giờ bên giá sách
Trong căn phòng vắng lặng này
Chiếc bàn không nói về những trang viết dở dang
Chiếc bình sứ không nói về lò lửa
Bầu im lặng không nói về đôi mắt

Đêm đã gần tàn trên cửa sổ
Tôi không tìm thấy cả chính tôi

NOT SPEAKING

In this concrete wall
Is stone from the Trường Sơn mountains
Before it entered the furnace
With traces of trees that lay submerged
For millions of years in the stream
And an old stone-fish, ready for death

In this stunted rose
Is a strong ox
That ran free in the May sun
Its eyes wide as an ocean with rising waves
Before it was shot on the hill

For hours I've sat by my bookshelf
Alone in my silent room
The table doesn't speak of the half-filled pages
The vase doesn't speak of the furnace
The silence doesn't speak of the eyes of the ox

As night begins to disappear from my window
I'm still searching for what I am: for my self

NGƯỜI ĐÀN ÔNG MẮT TO

Khi nhắm mắt, những giấc mơ bắt đầu
Nhưng mở ra
Chính đôi mắt mới là giấc mơ lớn nhất
Giấc mơ buồn
Mang thế giới màu trời dông bão

Đôi mắt đã nhìn thấy hoa buổi chiều cuối hạ
Trôi trên dòng sông chữ ố vàng
Thân thể đàn bà tỏa sáng trong đêm
Lòng hối hận chìm trong quên lãng
Và ký ức đau lòng người quay mặt bỏ đi

Đôi mắt đã nhìn thấy đồng lúa
Vàng tươi đến chân đồi
Con đường quê cỏ gà múp míp

Đôi mắt đã nhìn thấy biển khơi
Tro tàn, khoảnh khắc
Rượu lênh láng boong tàu đêm tháng chạp

Đôi mắt tròn xoe vũng nước trước nhà
Tháng năm qua bời bời mây trắng

Tôi xếp gạch dưới hàng hiên
Dưới những cây nhài hoa lẫn vào đốm nắng
Gió xao xác, trong vườn ai bỏ chạy

Hàng gạch dài
Đi vào những giấc mơ

THE MAN WITH BIG EYES

When his eyes are closed, his dreams begin
When they're open
They themselves are the biggest dream
A sad dream
The color of stormy skies

His eyes once saw grapefruit flowers drift
On summer evenings, on a yellowed river of words
Saw a woman's body shine in the night
Saw regret sink into oblivion
A painful image of someone turning away

His eyes once saw a rice-field
Rise golden from the foot of a hill
A country road with plump chicken-grass

His eyes once saw the ocean
Saw ashes, moments when wine spilled
On the deck of a ship one late December night

His eyes were round in the pool in front of my house
A pool still filled, years later, with white clouds

I arranged a row of bricks below the veranda
Beneath the jasmine tree, its flowers mingled with patches of sun
The wind was rustling, someone was running away in the garden

Now the long line of bricks
Leads into my dreams

TAY EM MÙA LỒNG LỘNG

Nụ cười hoa ấy trên đầu
phố còn ẩm ướt đâu
đâu cũng là sông lấp
lánh xa xa ánh huyền

Tôi nhận ra em hàng triệu
Năm rồi tháng mấy nhỉ?
Cuối rào hoa cuối mùa trăng
Trăng như tờ giấy trắng

Hoa trắng ấy trên bàn
Tay em mùa lồng lộng

YOUR HAND, THE UNENDING SEASON

The flower smile on the face
of the street is no longer wet every-

where the Lap River is filled in
the distant rose shining light

I find you among the millions
of years which month was it last year?

The flower fence at the end of the slight-
ly white moon season sheet of paper

White flowers on the table hand
your hand the unending season

CÂY VỪA ĐỔ EM VỪA ĐI

Cây vừa đổ em vừa đi
Trời rộng hơn lòng tôi thêm khoảng trống
Lạ lẫm cả trong phòng mình

Tiếng kêu xa
Giống như những cánh bướm
Đã rã xuống
Trôi đi cùng cánh bèo tây

Lần đầu tiên tôi trông thấy
Những đường gân xanh trên đôi tay mình

Tôi không đoán được nét mặt người đã quay đi
Nhưng tôi biết có những người đàn ông may mắn

Dù đã lại qua thêm được một mùa đông nữa
Nhưng những gì còn lại vẫn quá nhiều

Giả kim thuật vĩnh cửu
Bởi tôi biết đam mê
Bởi tôi biết đam mê là có thật
Bởi trang giấy trắng chẳng dễ gì mất được
Bởi cặp má xinh trong mơ hồng thơm rượu bồ đào
Khi những cặp tình nhân mệt mỏi thiếp đi
Và người chết, ai cũng rõ, không bao giờ nói được

Ánh sáng loá đôi khi khiến ta giật mình
Như tiếng gõ cửa dữ dội trong đêm cô độc

Nhưng đó chỉ là ban ngày
Với cánh én hiền hoà bay trên trời rộng

A TREE HAS FALLEN

A tree has just fallen, you have just gone
The sky is more spacious, my heart more empty
I'm a stranger in my own room

Distant cries
Like butterfly wings
Have shattered
Now they float with water-fern petals

I see for the first time
The blue veins in my hands

I cannot guess the expression on a face that has turned away
But I know some men are lucky

I have lived through another winter
But too much winter remains

This alchemy is eternal
Because I know desire
Because I know desire is real
Because blank pages aren't easily lost
Because the rosy cheeks in my dreams are fragrant as old wine

When lovers are tired, they sleep
And the dead, everyone knows, can never talk

Bright light sometimes startles
Like a terrible knock on the door in a lonely night

But it is only the day
With gentle swallows flying across the open sky

ĐỔI THAY

Thời gian vẫn còn đó
Chỉ có dòng sông lạnh đang trôi
Bóng mây theo hoàng hôn tháng sáu

Thời gian vẫn còn đó
                Long lanh đâu đây
Cánh chim qua giếng làng
Chân người đồng cũ thêm mùa gặt
Lệ trong không để lại dấu vết

Bên dòng kênh *lapok* lá như mây
Cỏ mồ hôi chớm xanh những nấm mồ
Liễu âm thầm rủ

Thời gian vẫn còn đó
Sự vắng lặng rợn người này
Sự vắng lặng hơn cả niềm tuyệt vọng
Một tiếng lá cũng khiến toàn thân rung chuyển

Tôi đứng yên mà chẳng thể đứng yên
Mái tóc thưa đang bạc đang bạc dần
Trên vầng trán
Nỗi ưu tư đường cày mải miết

Thời gian vẫn còn đó
Chưa bao giờ đổi thay
Chính là thế giới này
Chính là em và anh
Mắt ta nhìn đã khác

CHANGE

Time is still there
Only the cold river reflecting clouds
Flows into the June dusk

Time is still there
                    Somewhere
Shining birds fly over the village well
Feet walk over the old fields at harvest
Tears leave no trace

Along the canal are lapok trees, their leaves like clouds
Sweat-grass is turning the grave-mounds green
Willow-hair flows silently down

Time is still there
This frightening silence
A silence worse than hopelessness
Even the sound of a leaf makes my body tremble

I stand still but I cannot stand still
My sparse hair is whitening little by little
A constant stream of thought
Has furrowed my brow

Time is still there
It never changes
But it is this world
It is you and I
Our eyes see differently now

CON ĐƯỜNG TRÊN TRẦN THẾ

Khi con bước đi những bước đầu tiên
Quyển sách từ lâu bị lãng quên
Bước ra từ bóng tối
Cửa sổ đồng loạt mở sau một mùa đông dài
Và chiếc bệ bắt đầu hát lời giã từ pho tượng

Khi con bước đi những bước đầu tiên
Đất sẽ không bao giờ ngủ nữa
Hoa vàng tháng chạp nở dưới đôi bắp màu mật ong
Hiền như hàng cúc trên chiếc áo cũ anh Kiên mới tặng

Con đường thật dài
Nhưng con sẽ không bao giờ thiếu sự chở che
Hãy đến với những dòng sông lớn
Những bình nguyên xanh
Những phương xa chân trời mây phủ
Nơi bóng đêm là ẩn dụ của mặt trời

Hãy bước đi
Đừng bao giờ ngoảnh lại
Dòng suối nhỏ như sự dằn vặt của rừng
Sự dằn vặt đêm đêm trắng xoá
Nhưng đừng quên, rằng ý nghĩ bay qua bầu trời
Như người quen
Một ngày sẽ trở về với khuôn mặt mới
Đừng quên những cây cầu
Chúng ta qua vào ngày dông gió

Hãy bước đi và hãy tự tin
Trong máu con có những vì sao sáng

ROAD ON THE EARTH

When you took your first steps
Long-forgotten books
Fell out of the darkness
The windows opened all at once, after a long winter
The pedestal said goodbye to the statue

When you took your first steps
Earth slept no longer
December flowers bloomed under your honey-colored legs
Like the buttons on the vest your cousin Kiên gave you

The road is very long
But you will never lack support
Let's go to the great rivers
The green plains
The distant horizon covered with clouds
Where night is a metaphor for sun

Let's walk
Along the small stream that torments the forest
A dazzling white torment, in the night
And never look back
But don't forget: thoughts that fly through the sky
Like people you know
Will someday come back with new faces
Don't forget the bridges
We pass by on stormy days

Let's walk together with confidence—
Stars shine in your blood

NOTES

"Women from the 1960s (II)" and "The Midlands": *Trung du,* the midlands, is a region to which Vietnamese families were evacuated during the American War. The *thó* is used there to cut laterite from the hills to make bricks for houses.

"The Utopian": *Khuông Cơ* is an imaginary country that appears in a short story by the author. Its name suggests "nowhere" in Vietnamese.

"The Flanders Road" takes its title from a novel by Claude Simon. The straw hats referred to in the poem were large and heavy; they were worn by Vietnamese children to protect them from bombs during the War.

"Viet Blood": Côn Sơn is the mountain where the famous tactician and poet Nguyễn Trãi (1380–1442) retired from political life to write poetry in the last years of his life.

"Hanoi": Nhật Tân is a village near Hanoi famous for its peach blossoms, which are featured in celebrations of the Tet holiday. Today Nhật Tân has become a residential area for the *nouveaux riches.*

ACKNOWLEDGMENTS

The author and the co-translator would like to express our deep
gratitude to the William Joiner Center for the Study of War
and Social Consequences, which has fostered translation of
contemporary Vietnamese literature for over twenty years, and
without which we might never have met.

Thanks as well to the following publications, in which some of
these poems first appeared: *Cincinnati Review, Connecticut Review,
Consequence, Faultline, Inventory, Luna, Mantis, Pleiades, Poetry
East, Poetry International, Poetry Ireland Review, Prairie Schooner,
Salamander, Subtropics, Two Lines, Witness, Words Without Borders,*
and the *Literary Review* (in which a large selection of the poems—
some previously published, some not—appeared as a chapbook in
2008).

Ngo Tu Lap (Ngô Tự Lập) has published three collections of poetry in Vietnam: *Tặng người nhóm lửa* (*To the One Who Kindled the Fire*, with Ngô Minh Thủy), *Thế giới và tôi* (*The Universe and I*), and *Chuyến bay đêm tháng sáu* (*Night Flight in June*), as well as five books of fiction, five books of essays, and many translations from Russian, French, and English. He has won seven prizes for his writing, which has been translated into English, French, German, Swedish, Czech, and Thai. A fellow of the Korea Foundation for Advanced Studies at Korea University in Seoul in 2010–2011, he is currently Dean of the Department of Social Sciences, Humanities and Economics at the International School (Vietnam National University, Hanoi).

Martha Collins is the author of *White Papers* (Pittsburgh, 2012) and the book-length poem *Blue Front* (Graywolf, 2006), as well as four earlier collections of poems and the forthcoming collection *Day Unto Day* (Milkweed, 2014). Collins has also published two volumes of co-translations from the Vietnamese: Nguyen Quang Thieu's *The Women Carry River Water* (UMass, 1997, with the author), and Lam Thi My Da's *Green Rice* (Curbstone, 2005, with Thuy Dinh). She is currently editor-at-large for *FIELD* magazine and one of the editors of the Oberlin College Press.

Interior design and typesetting by Allison Wigen
Typeset in Arno Pro